கூராப்பு

(கவிதைகள்)

கனகா பாலன்

டிஸ்கவரி பப்ளிகேஷன்ஸ்
எண்: 9, பிளாட் எண்: 1080A, ரோஹிணி பிளாட்ஸ்
முனுசாமி சாலை, கே.கே.நகர் மேற்கு,
சென்னை – 600 078. பேச: 99404 46650

வெளியீட்டு எண்: 0407

கூராப்பு (கவிதை)
ஆசிரியர்: கனகா பாலன்©
Koorappu (Poem)
Author: Kanaka Balan©
Print in India
1st Edition : December - 2024
ISBN : 978-81-19541-38-6
Pages: 126
Rs: 160

Publisher • Sales Rights

Discovery Publications
No. 9, Plot,1080A, Rohini Flats,
Munusamy Salai,
K.K.Nagar West, Chennai - 78.
Tamilnadu, India.
Mobile: +91 99404 46650

Discovery Book Palace (P) Ltd
No. 1055-B, Munusamy Salai,
K.K.Nagar West,
Chennai-600 078.
Mobile: +91 87545 07070

discoverybookpalace@gmail.com / www.discoverybookpalace.com

இந்த நூலில் பிரசுரமாகியுள்ள எந்த ஒரு பகுதியையும் எழுத்துபூர்வமான முன்அனுமதி பெறாமல் எடுத்தாள்வதோ, மறுபிரசுரம் செய்வதோ, மொழியாக்கம் செய்வதோ, ஊடகங்களில் மறுபதிப்புச் செய்வதோ, காப்புரிமைச் சட்டப்படி தடை செய்யப்பட்டுள்ளது. இந்த நூலிலிருந்து சில பகுதிகளை மேற்கோள் காட்டி நூல் அறிமுகம் செய்யலாம்.

உங்கள் மொபைல் போனிலிருந்து ஸ்கேன் செய்து 'டிஸ்கவரி புக் பேலஸ்' மொபைல் ஆப்பை டவுன்லோடு செய்து, புத்தகங்களை வாங்குங்கள்.

நன்றி

ஆனந்த விகடன்
கணையாழி
ஆவநாழி
படைப்பு
நுட்பம்

அணிந்துரை

கவிஞர் கனகா பாலன் அவர்களின் பெரும்பாலான கவிதைகளில் சொற் செட்டுடன் அழகான வார்த்தைகளை மிக அழகான வரிகளில் சிறப்பாக அடுக்கியிருக்கும் பாங்கு என்னை வியக்க வைத்தது.

நெல்லைச் சீமையில் கூராப்பு என்பது மழைக்கு மேகம் திரண்டிருப்பதைக் குறிக்கப் பயன்படும் சொல். நெல்லைச் சீமையைச் சேர்ந்த கனகாவின் கவிதைகளில் இப்படி இந்தப் பகுதிக்கேயுரிய அழகான சொற்கள் நிறையக் காணக்கிடைக்கின்றன. அது என் போன்றவர்களைக் கவர்வதில் வியப்பில்லை.

The poet doesn't invent, he listens. ''கவிஞன் கண்டுபிடிப்பதில்லை கவனிக்கிறான்'' என்று ழீன் காக்தே என்ற பிரெஞ்சுக் கவிஞர் குறிப்பிடுவார். கனகா பாலனும் தன்னைச் சுற்றிலும் நிகழ்வதைக் கூர்மையாகக் கண்டுணர்ந்து எழுதுகிறார்.

"நீர் அளவு கூடிய
தேங்காய்ப் பால் நிறத்தில்
பௌர்ணமி இரவு"

பௌரண்மி இரவின் வெளிச்சத்தை இப்படி யாரும் தேங்காய்ப் பாலுக்கு உவமித்திருக்கிறார்களா தெரியவில்லை. அதிலும் சற்றே நீர் அளவு கூடிய தேங்காய்ப் பால் நிறம் என்பதில்தான் அவரது கூர்த்த அவதானிப்பு கவரக்கூடியதாக இருக்கிறது. இதே போல

கொதி தாளவொண்ணாமல்
உடைபடப் போகும்
உலைக் குமிழ்களோடு
போராடும் பருக்கைகள்
பதம் கொள்ளும் வரை
அப்படித்தான் அதன் நிலை.
பதறாதே
எல்லாம் சில காலம்

என்று உலையில் கொதிக்கும் பருக்கைகளைப் படம் பிடித்துக் காட்டுகிறார். தினசரிப் புழக்கத்தில் அவர் காணும் ஒரு காட்சியைக் கவிதையில் நாணயத்தின் ஒரு பக்கமாக வைத்து, ''பதறாதே எல்லாம் சில காலம்தான்'' என்று ஒரு செய்தியை நாணயத்தின் மறு பக்கமாக வைப்பதில்தான் ஒரு கவிஞரின் பொறுப்புணர்வு வெளிப்படுகிறது. இவையெல்லாம் சிறிய பார்வைகள்தானம்.

இன்னொரு கவிதையில்

"மண் முட்டியெழுந்து
இரு கையுயர்த்தியிருக்கும்
இலைப் பிள்ளைகள்."

என்று தூவிய விதை முளைத்து கையுயர்த்திய பிள்ளைகள் போல நிற்பதாக ஒரு படிமத்தைச் சமைக்கிறார். விதையிலை விட்டு நிற்கும் முளைப்பயிரைக் குழந்தையாக நினைப்பது ஒரு விவசாயியின் பார்வை. கனகாவும் விவசாயப் பின்னணி கொண்டவராக இருப்பதாலேயே இப்படி ஒன்று சாத்தியமாகி இருக்கிறது.

கவிதையை வாசிக்கையிலேயே கரிசல் காட்டில் முளைவிட்டு நிற்கும் பயிரும் அது தரை தடவி வீசும் காற்றில் லேசாக அசைவதும் கண்ணில் விரிந்து மனதைத் தாலாட்டுகிறது. ஒரு கவிதை செய்யக் கூடியது இதுதான்.

தேங்காய்ப்பாலும் உலையரிசியும் சமையல்கட்டில் சங்கடப்படும் பெண்ணிற்கே வாய்க்கும் விஷயங்கள் என்றால், அலுவலகம் செல்லும் பெண்ணின் அவஸ்தைகளை வலியுடன் விளக்கும் கவிதைகளும் தொகுப்பில் உள்ளன.

மார்பகக் கோப்பை
நிறைந்து கனத்து
தானாக ஒழுகத் தொடங்கிவிட்டதில்
மாராப்புச் சேலையில்
மலர்ந்திருந்தது

ஈரப் பூ
வாடாதிருக்க
வேண்டுமென்றே
தொண்டைக்கு வெளியே
நனையுமாறு
அடிக்கடி நீரருந்தி

கடிகாரம் பார்க்கிறாள்
விடுப்பு முடிந்து
பணிக்குச் சென்ற நாளில்
புதுத்தாயானவள்.

என்கிற கவிதையில் பால் நினைந்தூட்டும் தாய் படும் அவஸ்தையை அழகாகச் சொல்கிறார்.

இப்படி இன்னொரு கவிதை. ஒரு பெண் தன் கைப்பையில் சில்லறைகளும் ரூபாய் நோட்டுகளும் வைத்து அதற்குப் பாதுகாப்பாக சஷ்டி கவசமும் வைத்துக் கூடவே டோலோ வில்லை, அமிர்தாஞ்சன் தைலம், சிங்கார் ஸ்டிக்கர் பொட்டு, நாலைந்து பூ குத்தும் ஹேர்ப்பின்கள் இத்யாதி இத்யாதிகள் எல்லாம் வைத்து மூடியபின் மறுபடி திறந்து மாதவிடாய் அட்டைக் கட்டொன்றினை உள் திணிக்கிறாள் ஒரு பார்வதி அக்கா மெனோபாஸ் கண்டு நான்கு வருடங்களைக் கடந்தும் ஏன்?

முன்னேற்பாடு
மறந்து போன ஓர்நாளில்
அலுவலக இருக்கையின் மீது
கறையொழுகிக்
கலங்கி நின்றதன் வலி
காலச்சுமை அவளுக்கு

இந்தக் கவிதை அலுவலகம் செல்லும் பேரிளம்பெண்ணின் துயரத்தைச் சொல்லுகிறது. இந்தக் கவிதையிலெல்லாம் வார்த்தைகளும் அதை அடுக்குதலும் சிறப்பாகச் செயல்பட்டுள்ளது. இந்தக் கவிதையென்றில்லை. பல கவிதைகளிலும் இப்படி வார்த்தைகளை அடுக்குவதில் நல்ல தேர்ச்சி.

தொகுப்பில் சிறந்த கவிதையாக என்னை அதிர்ச்சிக்குள்ளும் வியப்புக்குள்ளும் ஆக்கிய ஒரு கவிதை

காலத்தே
நடை பழகாத
தனது மகளின்
பலவீனக் கால்களைக்
கடற்கரை மணற்குழியில் புகுத்தி நிற்கச் செய்து
தைரியமூட்டும்
தாயின் நெஞ்சுரம்
பாறாங்கல்லைவிட

இறுகலானது
போலவே
நினைத்த மாத்திரம்
பொலபொலவென
உதிரக்கூடியதாகவும்.

"நல்ல கவிஞர்கள் என்பவர்கள் மொழியைச் சிறப்பாகக் கையாண்டு பொருளை ஆகச் சரியாகவும் தெளிவாகவும் சொல்பவர்கள்" என்பார் எஸ்ரா பவுண்ட். அந்த வகையில் இப்படிப் பட்ட பல நல்ல கவிதைகளை இத்தொகுப்பில் படைத்துள்ளார் கனகா பாலன். அவருக்கு என் வாழ்த்துகள்

அன்புடன்
கலாப்ரியா
01/11/2024

பரவெளியில்
அசைந்தாடும் வெற்றுப்படகு!

கடந்த 30 ஆண்டுகளாகத் தமிழில் நவீன கவிதைகள் பல தள மாற்றங்களை அடைந்துள்ளன. குறிப்பாகப் பெண்கள் எழுதி வரும் கவிதைகளில் பல புதிய நுட்பங்களைப் பார்க்க முடிகிறது.

இவரது மொழி, நிலக் காட்சிகளின் மீது சில சமயம் பட்டாம்பூச்சிகளைப் போலவும் சில சமயம் புல் விதைகளை உண்ணும் அணில்களைப் போலவும் சில சமயம் கூரிய நகங்களைக் கொண்ட கழுகினைப் போலவும் வந்தமர்கிறது. தானும் இயற்கையும் கொள்ளும் உறவில் அகமாகவும் சம்பிரதாயமான லௌகீக வாழ்வைப் புறமாகவும் வைத்து பார்க்கும் தன்னிலைகளில் இருந்தே தனது கவிதையைத் தக்க வைத்துக்கொள்கிறார். போலந்து கவிஞர் பெர்னாண்டோ பெசோவாவின் கவிதைகளில் வருவதைப் போல "பூமியின் மீது நாம் ஒரு கடமையைப் போல வீழ்கிறோம்"! ஆமாம் அப்படித்தான் விழுகிறோம்!

குடும்ப அமைப்பின் கீழ் பெண்கள் நிறையப் புனிதக் கடமைகளை ஆற்ற வேண்டியே பிறக்கிறார்கள் என்று மதங்களும் சமயங்களும் அவர்களைப் புகழ்ந்து வணங்கின!

ஆனால் பெண்கள் பிள்ளைப் பிராயத்தில் இருந்து தங்களது உலகத்திற்குப் பெயரிட்டு தங்கள் மனம்போன போக்கில் அனைத்தையும் அமைத்துகொள்கிறார்கள். அன்றாடமும் நித்தியக் கடமைகளும் ஒவ்வொரு பருவத்திலும் ஏற்க வேண்டிய நிலைகளையுமே பெண் மெதுவாக மௌனமாகப் பேணிக்கொள்கிறாள். என்றாலும் கூட, இயற்கை எப்போதும் யாரும் அறியாமல் அவளுடன் ஒரு ரகசிய நட்பைப் பேணிக்கொண்டேதான் வந்துவிடுகிறது!

முதல் வாசிப்பில் சட்டெனத் தொற்றிக் கொண்ட கவிதை!

"முதுகுக் கூன் மட்டும் வெளித்தெரிய
வீட்டு நிலைப்படியில் பதித்து வைக்கப்பட்டிருந்தாலும்
அலைகளின் ஓசையைத்
தரை மண்ணுக்குக்
கடத்திக்கொண்டேதானிருக்கும்
வலம்புரிச் சங்கு"

இந்தக் கவிதையில் நிலைப்படியில் புதைத்து வைக்கும் வெண் சங்கு எங்கள் வீட்டின் தலைவாசலிலும் வெகுநாள் இருந்தது! அம்மா வீட்டைக் கழுவும்போதெல்லாம் விளக்குமாற்றால் நீரை அடித்து வெளியே தள்ளுவாள்! அதற்கு நானும் உதவி இருக்கிறேன்! அப்போது தரை மண்ணுக்குக் கடலின் அலையோசையைக் கடத்திக் கொண்டிருக்கும் அந்த வெண்சங்கு பளீர் என்று ஒளிரும்! கடல் மனதை வைத்துக்கொண்டிருந்தாலும் ஒவ்வொரு பெண்ணும் நிலை வாசலில் இவ்வாறுதான் பதியப்படுகிறாள்.

குறிப்பாகக் கனகா பாலனின் அகமானதுதான் புழங்கும் வெளிகளில் மட்டும் அல்லாமல் எங்குச் சென்றாலும் அனைத்தையும் வேடிக்கை பார்க்கும் ஒரு சிறுமியின் மொழியை மிக அற்புதமாக வைத்திருக்கின்றது.

"எவன் பங்குக்கோ
ஆயிரம் திருட்டெழுதியதுபோக
இவ்வளவுதான்
நட்சத்திரங்கள்
130789299979
சந்தேகமிருப்பின்
எண்ணிக்கொள்ளலாம்.!"

அந்தச் சிறுமிதான் மீண்டும் எழுதுகிறார். மிகத் துல்லியமான கணக்குதான்போல் இருக்கிறது! நமக்குத்தான் நேரமில்லை! அவர் சொன்னால் போதும் அவ்வளவுதான் நட்சத்திரங்கள்!

உள்ளுக்குள் கொஞ்சம் பகடியும் பொதுவான மௌனத்தில் வன்முறை அற்ற வாழ்வு நெறியும், நேசிப்பதற்கு எனக் கிடைக்கும் நேரங்களில் கவிதைகளும் எழுதி வரும் கனகா பாலன் இத்தொகுப்பில் பல முரண் கூட்டியக்கக் கவிதைகளையும் எழுதியுள்ளார்.

இன்றைய அலைபேசி தகவல் தொழில்நுட்பப் பிம்பங்களுக்குள் சிக்காமல் ஒரு கிளாசிக்கான தமிழ் நில வாழ் பெண்ணின் மரபான வழிமுறைகள் அல்லது அந்த மரபின்மீது நின்று தனது இருப்பின் அரசியலை முன்வைக்கும் காத்திரம் யாவும் கனகா பாலனின் கவிதைகளின் முக்கியத்துவம் பெறுகின்றன.

இன்றைய நவீன உலகம் அனைத்தாலும் திறந்துவிடப் பட்டிருக்கிறது. அதற்கான அவசரமும் போட்டிகளும் சந்தை இரைச்சலுமிக்க பெருநகர வாழ்விற்கும் இடையே மனித நாகரீகம் பல்வேறு வழிகளில் தப்பி பிழைக்கப்படாத பாடுபட்டுக் கொண்டிருக்கின்றன.

"இந்தப் பூமி
தன்னில் பிறப்பனவற்றின்
மூலமே
மகிமை கொள்கின்றது"
என்கிற விகாசமான புரிதல் அவருக்கு உண்டு.

"செதுக்கச் சொல்லி
எவர்முன்னும்
கல்லாக நிற்பதைவிட
உளித்தேடலே
உத்தமம்"
எனும்போது தன்னிலையை அறிந்துகொள்கிறார்! இன்றைய நவீன வாழ்வின் லௌகீகத்தை அதன் எதார்த்தத்தைக் கீழ்க் கண்டவாறு சித்திரமாக்குகிறார்!

"ஆசையாக
முத்தத்திற்கு நெருங்குபவனிடம்
வீட்டுக் கடன் பட்டியலை
ஆத்திரமாக ஒப்புவிக்கும்
மனைவியின் வசை மொழி"
"பிளந்திருக்கும்
பாறாங்கல்லினை
ஊசி நூலெடுத்துத்
தையலிடுவது போலத்தான்
விரிசலுக்குப் பின்
போராடும்
சமாதானச் சொற்கள்."

சமாதானம் எவ்வளவு வன்முறையாக அதே சமயம் இணைக்கப்பட முடியாத அளவிற்கு இணைந்தாலும் ஏற்றுக் கொள்ளப்பட முடியாத அளவிற்கு எவ்வளவு பெரிய உளவியல் நெருக்கடியைக் கொடுக்கின்றன என்பதற்கு இந்தக் கவிதை ஒரு சான்றாகிறது!

ஒரு கவிஞரின் பலதரப்பட்ட எண்ணங்கள், அவர் தன் வாழ்வின் ஊடே கடக்கும் வெளிகளில் சேகரிக்கும் மொழிகள், அவற்றைக் கவியாக்கித் தரவேண்டிய தன்னுடைய அபிலாசைகள் யாவற்றையும் கனகா பாலன் அதன் இடம் காலம் கருதி நீண்ட பக்குவத்தோடும் நிதானத்தோடும் முதிர்ந்த நிலையில் வெளிப்படுத்துகிறார்.

வாசர்களுக்கு ஒரு மெல்லிய அன்பையும் மொழிக்கு ஒரு செவ்வியல் தன்மையையும் தன் கவிதைகளுக்கு இருப்பின் மூலாதாரத்தையும் கொடுத்துத் தொடர்ந்து எழுதி வருகிறார்!

யவனிகா ஸ்ரீராம்
06/11/2024

வாழ்த்துரை

எங்களது கந்தக் கரிசல் மண்ணின் இலக்கியத் தலைநகர் கோவில்பட்டி அருகே என் தாயார் பிறந்த, 1982 இல் சகோ. வேலுப்பிள்ளை பிரபாகரன் கண்டு மகிழ்ந்த வெள்ளாகுளம் கிராமத்தைச் சேர்ந்த திருமதி கனகா பாலன் அவர்கள் தமிழில் மிகச் சிறந்த ஒரு கவிஞராக வளர்ந்து வருகிறார். மிக எளிமையான மொழியில் வாசிப்பவர் வியக்கும் வண்ணம் அவரது கவிதைகள் சிறப்பாக வந்திருக்கின்றன. கவிதைகள் எழுதுவதற்கென்று ஒரு தனி மனம் வேண்டுமாய் இருக்கிறது.

இல்லற வாழ்வில் இருந்துகொண்டு மெல்ல மெல்ல மொழியைச் சேகரித்துத் தான் பார்க்கும் பல்வேறு சம்பவங்களை, காட்சிகளை ஒரு சித்திரம்போலப் படைத்து மென்மையான பெண் குணங்களோடு மட்டுமல்லாமல் சமூகப் பார்வைகளையும் சேர்த்து இக் கவிதைத் தொகுப்பைக் கொண்டுவந்திருக்கிறார். அதற்கு முதலில் எனது பாராட்டுகள்!!

இவரது கவிதைகள் ஆனந்த விகடன், கணையாழி, ஆவநாழி, படைப்பு, நுட்பம் போன்ற இதழ்களில் வெளிவந்துள்ளன!

“மார்பகக் கோப்பை
நிறைந்து கனத்து
தானாக ஒழுகத் தொடங்கிவிட்டதில்
மாராப்புச் சேலையில்
மலர்ந்திருந்தது
ஈரப் பூ

வாடாதிருக்க
வேண்டுமென்றே
தொண்டைக்கு வெளியே
நனையுமாறு
அடிக்கடி நீரருந்தி
கடிகாரம் பார்க்கிறாள்
விடுப்பு முடிந்து

பணிக்குச் சென்ற நாளில்
புதுத்தாயானவள்.

என இன்றைக்குத் திருமணம் முடிந்து குழந்தைகளைப் பாலூட்டிப் பராமரிப்பதற்குக்கூட அவகாசம் இல்லாமல் வேலைக்குப் போகும் இளம் பெண்களின் நிலையை இந்த ஒரு கவிதையில் அற்புதமாக நம் கண் முன் நிறுத்துகிறார்". மொத்தக் கவிதைத் தொகுப்பும் வாசிக்க ஆர்வத்தைத் தூண்டும் படியாக உள்ளது!

எங்கள் கிராமத்துக் கரிசல் மண்ணில் பிறந்த பெண்ணாகியதால் அந்த மண்ணின் மணமும் அத்துடன் இல்லாமல் ஒரு கருத்தையோ காட்சியையோ கவிதையாக்குவதில் பொறுப்பும், அறிவும், உணர்ச்சிகளும் கலந்தவராக இருக்கிறார்! அவரது பல கவிதைகளை வாசித்தபோது தன்னை தான் நன்கறிந்த கவிஞராக இருப்பதையும் அறிந்துகொண்டேன்.

கோவில்பட்டி நிலத்தில் பிறந்து வளர்ந்து எனக்கு மிக அறிமுகமான நெருக்கமான குடும்பத்தில் இருந்து வந்திருக்கும் கனகா பாலன் கவிதைகள் எழுதி இந்தத் தமிழ் நிலத்தில் பெயர் பெறுவதும் புகழ் பெறுவதும் நமக்கு ஒரு மகிழ்ச்சியான விஷயம் தானே!. சோர்வில்லாத வாசிக்க இதமான நன்மையான கவிதைகள்! மனிதர்களை மதிக்கிற மரபு வழி சார்ந்த விரசங்கள் ஏதுமற்ற எங்கள் நிலத்துப் பெண் மொழியும் இதுதான்!

அவர் இன்னும் சிறப்பாகத் தொடர்ந்து எழுதிப் புகழ்பெற வேண்டும் என்று அவரை வாழ்த்தி மகிழ்கிறேன். இவரின் பாட்டனார் திருக்குறள் பற்றாளர் ஆசிரியர் முத்து வீரப்பன் தமிழ் மற்றும் கணித ஆசிரியாக எங்கள் கிராமம் ப.யூ. நடுநிலைப் பள்ளியில் 1960 களில் பணி புரிந்தவர். அறம் சார்ந்தவர். அவர் வழியில் அவரின் பேத்தி கனகா பாலன். அவரின் இலக்கியப் பணி மேலும் சிறக்க வாழ்த்துகள். பாரதி, கு.அழகிரிசாமி, கிரா என கரிசல் இலக்கியத்தின் நீண்ட வரிசையில் கனகா புது வரவு.

வாழியவே...!

வழக்கறிஞர் **கே.எஸ்.இராதாகிருஷ்ணன்,**
அரசியலாளர்,
ஆசிரியர், கதை சொல்லி,

நடுக்கடல் ஆழத்து அமைதி...

திரண்டு கருத்துப் பெரும்மழைக்குத் தயாராகும் அந்த வானத்தைப்போல, கவிதைப் பிறப்பிற்கு முன் அடர்வு கொள்ளும் மனதினை அடிக்கடி வேண்டுமென விரும்புவள். ஒரு வகையில் அது எனக்கு நானே கொடுத்துக்கொள்ளும் விடுதலை. சிலசமயங்களில் என்னை நானே ஒளித்து வைத்துக்கொள்ளுதல். இன்னும் சில நேரங்களில் எனக்கே எனக்கான என் வாழ்வின் சிலிர்ப்புத் தருணங்களை அடிக்கடி சந்தித்துக்கொள்ளும் வாய்ப்பினை ஏற்படுத்திக்கொள்ளுதல்.

உற்சாகமாகக் குலுக்கி வீசும் சோழிகளில் தாயம் கிடைக்கையில் ஒட்டிக்கொள்ளும் பேரானந்தம். அதையே மீண்டும் மீண்டும் நாடிச்செல்வதில் உண்டாகும் துள்ளலை அணுவணுவாக இரசித்துக் கொண்டிருப்பவள்.

எப்போதும் கைக்குயெட்டும் தூரத்தில் வாசிக்க அழைக்கும் புத்தகங்களும், மிகுந்த நேசமுடைய மனிதர்களும் சூழப்பெறுதல் பாக்கியம். எனக்கு அந்த வரத்தினை மிகப்பெரும் கொடையாகத் தந்தளித்திருக்கிறது இப்பிரபஞ்சம். நன்றி.

கால் கொலுசளவு நனையும்படி நீரில் நின்றுகொண்டு நடுக்கடலின் ஆழத்து அமைதியைக் கண்மூடித் தியானித்துக்கொள்வதுபோல், கிடைக்கப்பெற்ற அனுபவத்தின் வழி பறக்கத் துணிந்த மனம் கண்டறிந்து தந்தவையே கவிதைகளாகத் தந்திருக்கிறேன் இத்தொகுப்பின் வழி.

அன்பு சூழ் இவ்வுலகில் நடந்துசென்றதன் தடயத்தைச் சொற்களின் மூலம் விட்டுச்செல்லுதல் ஆத்ம திருப்தியென

எண்ணிக் கொண்டிருப்பவளுக்கு நம்பிக்கையூட்டிய டிஸ்கவரி பதிப்பகத்தாருக்கும் எழில்மிகு ஈர்ப்புடன் அட்டைப்படத்திற்கான ஓவியத்தை வரைந்து தந்திருக்கும் சௌமியா இயல் அவர்களுக்கும் என் மனம் நிறைந்த நன்றிகள்.

பிறந்தமண்ணிலிருந்து கிடைக்கப்பெற்ற ஆசிர்வாதமென வாழ்த்துரை வழங்கியிருக்கும் அரசியலாளர், ஊடகவியலாளர் எனும் சிறப்புகளுக்குரியவரும் எம் மதிப்பிற்குரியவருமான கே.எஸ் ராதாகிருஷ்ணன் அவர்களுக்கும், மேலும் அணிந்துரை வழங்கியிருக்கும் தமிழ் நவீன கவிதைகளின் முன்னோடி, மதிப்பிற்குரிய எழுத்தாளர் கலாப்பிரியா அவர்களுக்கும், பெரும்பான்மை அரசியல் அவதானிப்புகளைத் தன் தனித்தன்மையோடான கவிதைகளென அடையாளங் கொண்டிருப்பவருமான மரியாதைக்குரிய கவிஞர் யவனிகா ஸ்ரீராம் அவர்களுக்கும் என் மனம் நிறைந்த பேரன்பும் நன்றிகளும்.

இந்நூலினை வாசிப்பிற்கென ஏந்தியிருக்கும் கரங்களை என் உள்ளங்கைகளுக்குள் பொதிந்து நன்றி பகிர்கின்றேன்.

அன்புடன்
கனகா பாலன்
vmcaksvini@gmail.com
9600132113

பறத்தலென்பது
ஆனந்தம்
உந்தியெழுந்த கால்கள்
கீழிறங்க விரும்புவதில்லை

கொஞ்சம் பறந்து
கொஞ்சம் அமர்ந்து
கொஞ்சமே கொஞ்சமான
இந்த வாழ்வில்
பறவைக்குப் போல
அவரவர் வெளியில்
அவரவர் வழி.
o

மார்பகக் கோப்பை
நிறைந்து கனத்து
தானாக ஒழுகத் தொடங்கிவிட்டதில்
மாராப்புச் சேலையில்
மலர்ந்திருந்தது
ஈரப் பூ

வாடாதிருக்க
வேண்டுமென்றே
தொண்டைக்கு வெளியே
நனையுமாறு
அடிக்கடி நீரருந்தி
கடிகாரம் பார்க்கிறாள்
விடுப்பு முடிந்து
பணிக்குச் சென்ற நாளில்
புதுத்தாயானவள்.
o

யுகங்கள் எடுத்து
உருண்டோடி வந்திருந்த
கூழாங்கற்களின் தடத்தில்
எத்தனையோ காடுகளும்
மலைகளும்

பூமி பூஜையில்
விழுந்து வணங்குகையில்
முழங்காலில் வளவளத்துக்
கூசச் செய்கிறது மனதை

அஸ்திவாரத் தோண்டலின்போது
கிளர்ந்தெழும்
பாறை முட்டைகளின் கருவிலிருந்த
எண்ணற்ற மணல்கள்
பிறப்பெடுக்க
வாய்ப்பில்லை இனி

ஊரின் பெயரை
'ஆறு' என முடித்து
நிற்க வைத்துவிட்டோம்
இல்லங்களை
௦

மறதி என்பதைவிட
தைரியமில்லை

அட்டைகள் கிழிந்த நாட்குறிப்பேட்டில்
அச்சிலேற்றப்பட்ட
கிழமை தேதி போக
ஒரு நாளின் குறிப்பாகியிருக்கின்றது
காய்ந்து மொடமொடத்துப் போன
கண்ணீர்த் தடம்

ஒளிப்படத்தைப் போல
எழுத்தும்
காலத்தை நிறுத்தி வைத்துக் கொல்லுமென
யாருக்குத்தான் தெரியாது

முதுகுக் கூன் மட்டும் வெளித்தெரிய
வீட்டு நிலைப்படியில் பதித்து வைக்கப்பட்டிருந்தாலும்
அலைகளின் ஓசையைத்
தரை மண்ணுக்குக்
கடத்திக்கொண்டேதானிருக்கும்
வலம்புரிச் சங்கு
○

விளம்பரப் படுத்தியிருக்கிறான்
பெண்ணின் பெயரோடு
கைப்பேசி எண்ணையும்
கழிவு இறக்க வந்தவனின்
கழிவிரக்கமற்ற செயலுக்குச்
காறித் துப்பியும்
வெகுண்டெழும் கோபம்
ஆற்றாமையின் ரணம்
சுவர்க் கிறுக்கலாய்
வரைந்திருந்த படத்தில்
வரம்புகள் தாண்டிய
சபலக் கூறுகளின்
எச்ச புத்தி.
ஓங்கிச் சாத்திய
கழிவறைக் கதவின்
கைப்பிடிக் கம்பியில்
பிசுபிசுத்துக் கிடக்கிறது
குரூரக்காரனின் ரேகைகள்
அவசரமென்று
தத்தளிக்கும் மகளை
அடுத்தடுத்தப் பெட்டியாகச்
சோதித்து இழுத்தலைகிறாள்
அம்மா
சுகமென்று அனுபவிக்கும்
ரயில் பயணத்தின்
சன்னலோர இருக்கை
புழுங்குகிறது எனக்கு.
○

தரிசுகளை உழுது
பக்குவப் படுத்திக்கொள்ளத்
தெரிந்தால் போதாதா

மரணத்தை ஏன்
எல்லாவற்றிறகுமான விடுதலையென்று
சொல்லித் தொலைக்கிறீர்கள்

இந்தப் பூமி
தன்னில் பிறப்பனவற்றின்
மூலமே
மகிமை கொள்கின்றது
o

நீ ஏன்
உன்னோடு இல்லை

யாராவது
அருகில் வந்து அமரமாட்டார்களா

யாராவது சிரித்து உன்னிடம் பேசமாட்டார்களா

யார் தோளேனும்
சாய்ந்துகொள்ளக் கிடைக்காதாயென
எதிர்ப்பார்த்துக் கலங்குகிறாய்

அவரவர்களும்
அப்படித்தான் இருக்கிறார்கள்

உன்னைப்போல்
யாரையாவது எதிர்பார்த்துக்கொண்டு
யார் வந்தேனும்
துடைக்கட்டுமெனக்
கண்ணீர் வழியும் கன்னத்தோடு

தன் கைகளால்
தன்னைத்தான் கட்டி அணைத்துக்கொள்வது
எப்படியென
யாரோவொருவர் யாருக்கோ
வகுப்பெடுத்துக்கொண்டிருக்கிறார்
o

சிறந்த மாணாக்கன்
புத்தகத்தின் எந்தப் பக்கங்களையும்
ஒதுக்குவதில்லை

சிக்குகள் நீக்கி
நேர்ப்படுத்திய
நூலால்தான்
மாலையென்றாகின்றன
பூக்கள்.

நீரொதுக்கி
முன்னேறும் கைகளே
கரை சேர்க்கின்றன

வாழ்வென்பது
இறுதிவரை பாடம்
அவ்வளவே ...
o

ஆலைக் கழிவுநீர் கலக்க
எதிர்ப்பின்றி அழைத்துச்செல்லும்
அந்த நதியொரு
வாயில்லாப் பூச்சி

ஆழநீர் ஒளித்து
வைத்திருக்கும்
இரகசியங்களில்
அதன் வலியுமுண்டு
வெளித் தெரிவதில்லை தழும்பு.
௦

கரையோரத்து நாவல் மரத்திலிருந்து
ஒரு கொத்துக் கனிகள்
நீருக்குள்
விழுந்துவிட்டதைப்போல
உள்ளுக்குள் கிடந்து
அனத்துகின்றன
விடியலில் தோன்றிய
இரண்டு வரிகள்

அந்தக் கனிகள்
இனி
அங்குள்ள மீன்களுக்கு

அன்றைய கவலைகள் இரையாக
வளர்த்துக்கொண்டேயிருக்கிறது
கவிதையொன்று
o

“மொத மொதல்ல
கைப்பிள்ளையோட
எங்க வீட்டுக்கு வந்திருக்க “
சிரிப்பு சுருங்காமல்
மழலையின் உச்சிக்குழியில்
தேங்காய் எண்ணெய் தொட்டுவைத்த
உறவின் கரம்

“நாக்குல சீனியைத் தொட்டு வை, இனிச்சிக் கிடக்கட்டும் “
படுக்கையில் அமர்ந்தவாறே
உள்ளறையிலிருந்து எக்கி ஏவிய
பழுத்து தளதளத்ததொரு
முதிய குரல்.

இப்படியாகத்தானே வரவேற்கப்பட்டிருப்போம்
இப்படியாகத்தானே விரிந்திருக்கும் நம் உலகு
இப்படியானவர்களைத்தான்
தொடக்கப் புள்ளியாகக் கொண்டு
வந்து சேர்ந்திருக்கிறோம்
இவ்வளவு தூரம்

ஆனாலும் பாருங்கள்...

பின் நின்று தள்ளி விட்டவர்களால்தான்
பிடிப்பின் இடம் அறிந்திருக்கிறோம்
சறுக்கு தளத்தில்
எச்சரிக்கை கொண்டிருக்கின்றோம்
பள்ளத்தைக் கண்டால் விலகி நடக்கவும்
சாக்கடையாயின் தூரப் போகவும்

பிறகெப்போதேனும்
எல்லாப் புரிதல்களும்
மௌனத்தில் கிடக்க
மலங்க மலங்க
வேடிக்கைக்கு வேண்டுவதும்
இம் மனிதர்களைத்தான்
○

பூமிக்கு
மழை புதிதல்ல

வானத்தில் நட்சத்திரங்கள்
மேகங்களுக்குப் பின்னும் இருக்குமென்ற உண்மை
பொய்க்காது என்றும்

அதிசயங்களை
உள்ளடக்கிய கடலின் ஆழம்
பேரமைதியின் மடம்

காலம் கழித்ததுபோக
மிச்சமற்றிருப்பதே வாழ்வு

நந்தவனத்து மலர்களை
இலைநுனிப் பனித்துளிகளை
மில்லிமீட்டர் மில்லி மீட்டராக
நகர்ந்துகொண்டிருக்கும் நத்தையை
அவ்வளவு பெரிய பலாப்பழத்தின் சுளைகளைத்
தனித்தனியாக வகுந்து பிரிக்கும் ஒருவனைக்
காணுதற்குத் தக்கப் பழக்கிவைத்திருக்கிறேன்
என் பொறுமையை

இடித்தும்
தள்ளியும்
முந்திக்கொண்டு
செல்பவர்கள்
பொருட்டல்ல

பதற்றப்படாதிருங்கள்...
○

நின்று
கடந்து போன ஒன்றையல்ல
நான் நினைவில் வைத்திருப்பது

குண்டும் குழியுமானாலும்
கால் இடறாமல்
தாங்கிய நிலம்
என் முதல் நன்றிக்குரியது
o

கை புகச் சிரமப்படும்
மிகப் பிடித்தப் பழைய ஆடையினை
தூக்கிப் போட விருப்பமின்றி
பெட்டியில் வைத்து அவ்வப்போது இரசிப்பவள் நான்
விடுவதாயில்லை
அந்தப் பாடலை...
இடைவரியில்
ஒரு சொல் மறந்தாலென்ன
இருக்கவே இருக்கிறது
'தன்னன்னா ...'
o

மெனக்கிடலின்றி
நிகழ்ந்துவிடுகின்றன
சில அற்புதங்கள்
ஆனால்
நாம்தான்
கோழிமுட்டை உடைக்க
வெட்டரிவாளையும்
குண்டு மல்லி கோர்க்க
வடக்கயிற்றையும்
தேடிக்கொண்டிருக்கிறோம்.
O

திரிநுனி தூண்டி
விளக்கின் ஒளி நிமிர்த்துகையில்
சொல்லும் அதே மந்திரத்தை
அழும் ஒருவரின்
கண்ணீரைத் துடைக்கையிலும்
பயன்படுத்திய அவளிடம்
முரண்பட
எனக்கொன்றும் இல்லை.
o

பிடிவாதத்தில் பிடித்து வைக்கப்பட்ட பிள்ளையாராய்
இறுகிக் கிடக்கின்றது
கட்டுப்படுத்திய மௌனம்
தனக்கேயாயினும்
கட்டுச்சோறு சுமத்தல்
நாளுக்கு மேல்
அலுக்கும் வழிப்போக்கனுக்கு
எது எப்படியோ
சொற்களைச் சாகடித்து
வெற்றுடல் உலாவுதலின்
பித்து நிலை
இறக்கி வைக்க
பிரிமனை திடத்துக்கேனும்
வேண்டும் அன்பு.
o

எதிர்வெயில் கூச்சத்திற்கு
அவ்வளவுதான்
பொறுத்துக்கொள்ள முடிந்தது

நாலைந்து தென்னைகள்
இரு வேப்பம்
ஒரு மஞ்சனத்தி
மூணுவீட்டுத்
தோட்டக்குழிப் பந்தலெனத்
தோராயக் கணக்கு
மகள் எம்பிக் குதித்தலை
உறவுகளிடம்
நடனமென்று காட்டி மகிழும்
தந்தையைப் போல
உற்சாகித்திருக்கிறேன்
என் வீட்டு மரத்தின்
கிளையசைவு கண்டு

முன்னதாக
எங்கிருந்து வந்திருந்தாலென்ன
அந்தக் குருவி.
○

வெளிநின்று தொழுதுகொள்கின்றேன்
நீ கருவறைக்குள்ளே இரு
ஆசிர்வாதமளிக்கும்
அந்தக் கைகளால்
எப்போதேனும் வேண்டும் எனக்கு
அணைப்பு செய்

உனது காடு
உன் ராஜாங்கத்தின் கீழ்
எனது குடிசையே
எனக்கு நிழல்.
o

தேங்கிய குளத்து நீரின்
பசலை ஒதுக்கத்
தன் அலகு பணிக்கும்
பறவை
தீர்த்துக்கொண்ட தாகத்திற்குப் பின்னான
தலை நிமிர்வாய்
இடறுவன நீக்கித்
தேர்ந்தெடுக்கும் தேவை
நல்கும் ஆசுவாசம்.
○

அதிகபட்சம் ஐந்தடி தூரம்
இரண்டாக இருந்தால்
இன்னும் நல்லது
கால் அரையென
கிலோமீட்டர் கணக்குவரை கேட்கும்படியாகப்
பேசித்தொலையாதே

அப்புறம்...

அந்தச் சிரிப்பு
பாதி மலர்ந்த நிலை
ரோசாவைப் போல் இருக்கட்டும்
முகம் மட்டும் தெரியும்படியாக
அடையாளத்துக்கு ஒரு முகப்புப் படம் போதாதா?
அடிக்கடி மாற்றுவானேன்
காதல் கத்தரிக்காயைக்
கவிதை நிலத்தில்
வளர்த்தால்
களை வந்து சேரும்
கவனமாயிரு
ம்ம்...
சொல்ல மறந்து போனேன்
ஆடைத் தேர்கையில்
அடர் நிறம் தவிர்த்திடு
பளிச்சென்று தெரிகிறாய்
அவசியமா அது
போனது வந்தது

உடைந்ததுயென
தாறுமாறாகக் கிடக்கும்
அரசியல் நாற்காலிகளை
ஆராய்ந்துகொண்டிராதே
கிறுக்குப் பிடித்துவிடும்
ஜாக்கிரதை
அழித்துவிடக் கூடியதும்
தாண்டக் கூடியதும்தான்
இந்தச் சாக்பீஸ் கோடுகள்
ஆனாலும்
வட்டத்தை விட்டு வெளியேறினால்
தண்டிக்கப்படுவாய்
இரு
வருகிறேன்...
நாய்ச் சங்கிலியை
எங்கு வைத்தேனென்று தெரியவில்லை
குரைத்துக்கொண்டேயிருக்கிறது
வாசலில்.
o

கொதி' தாளவொண்ணாமல்
உடைபடப் போகும்
உலைக் குமிழ்களோடு
போராடும் பருக்கைகள்
பதம் கொள்ளும் வரை
அப்படித்தான் அதன் நிலை.
பதறாதே
'எல்லாம் சில காலம்'
o

நீர் அளவு கூடிய
தேங்காய்ப் பால் நிறத்தில்
பௌர்ணமி இரவு

இருப்பவை உண்டாக்கும் நிழலின் நீளம்
அளவுத் துல்லியமில்லா நெடுஞ்சாண்கிடை

சாளரக் கதவின்
கொண்டி நீக்கி
மெதுவாக ஒருக்களித்துத் திறக்க
ஒளிந்துகொள்கிறது
அறை சூழ்ந்திருந்த இரவுக் கருமை

ஒன்றைத் துரத்தி ஒன்று
ஓடுவதும்
ஒன்றோடிணைந்து பின் கழலுபவையென
நிலையற்ற தன்மை
அந்த மேகத்திலும்
o

கலப்பைக் கூர்
கிழித்த
நிலக்கோட்டின் மீது
கடிவாளப் பார்வைகொண்டு
விதைகளைத் தூவிப்
பின்தொடர்பவள்
இடுப்பில் அணைத்திருக்கும்
குத்துப்பெட்டி
கவிழாமலிருக்கக் கொள்ளும்
கவனத்திற்குப்
பிறக்கும் கனவுகளிலும்
மண் முட்டியெழுந்து
இரு கையுயர்த்தியிருக்கும்
இலைப் பிள்ளைகள்.
o

என்
தூக்கத்தின் மீது கல் எறியாதீர்கள்
அறுந்து போன கனவின்
வால் பிடித்து
நாள் முழுமைக்கும்
தூக்கித் திரிதல்
லேசுப்பட்டதல்ல
தவிர
உங்களின் சிடுசிடுத்த முகத்தில்
வெடித்துக் கிடக்கும் கடுகுகளைக் கொட்டுவதால்
கசந்துவிடுகிறேன்
அதுமட்டுமல்ல
உள்ளங்கை ரேகைகளை ஒன்றோடொன்று உரச
உயிர்த்தெழும் தேவமுகம் கோபித்துக்கொள்ளாதா?
இமைகளைப் பிரிந்த வருத்தத்தில்
எரிச்சலைடையும் கண்களில்
நான்கைந்து மிளகாய் வற்றல்களின் வீரியம்
தாங்க முடியாதிருக்கிறது
ஒருவேளை
என் விழிப்பு அவசரத் தேவையாக இருப்பின்
தொட்டு எழுப்புங்கள்
முக்கியமாக
கேள்வியோடு காதருகில் நிற்கவேண்டாம்
என்னதான்
ஆமாம் அல்லது இல்லை
பதிலென்றாலும்
சுருக்குப் பையின்
முடிச்சு நீக்கும் பதம்தான்
அப்போது
என் மூளைக்குத்
தூக்கத்தின் மீது...
இல்லையில்லை
துக்கத்தின் மீது
கல் எறியாதீர்கள்
o

கண்டு
கொள்ளப்படாமல்
கிடந்த காடுகள்
அவசர கதியில்
சீவிச் சிங்காரிக்கப்பட்டிருக்கின்றன
சும்மா சொல்லக்கூடாது
வேலிச் சவரம் செய்த
நிலங்களின் தோலில்
இருக்கத்தான் செய்கிறது மினுமினுப்பு
எல்லைக் காவலுக்கு நிற்கும்
கற்றூண்களில்
சுற்றப்பட்டிருக்கும் கம்பிச் சேலையில்
இரும்பு முடிச்சுப் பூக்கள்
வரிந்துகட்டி வளைத்துப் போட்டவை
அடுத்த வருடம்
முளைக்கவிருக்கும்
பொறியியல் கல்லூரி புண்ணியத்தில்
கருவேலங்காட்டுக்குக் கால விமோசனம்
நெற்றிப் பொட்டாக
நட்டுவைத்திருக்கும்
விளம்பரப் பலகை
சுட்டு எரிக்கிறது பார்வையில்
நிலம் விற்பனைக்கு
தொடர்பு எண் ★★★★★★★★★★
○

*பகலெல்லாம்
வானம் சுற்றி அலைந்ததை
அசைபோட
பறவைக்கு ஒரு கூடு
எந்த மரம்
இருப்புக்குச்
சரியாகுமென
ஆய்ந்தறிந்தே
கட்டுமானத்திற்கு
வனையத் தரும் அலகு
போவதற்கும்
வருவதற்குமான
பாதைக்குக் கடவுச்சொல்
அதன் மொழி
பறத்தலைப் பழகும்வரை
இரையும் முத்தமும்
தன் வழி சேய்க்குத் தந்து
இறகு வலுப்படுத்தும் தாய்மை
கோடாரி
பதம் பார்த்திராத
அத்துவானம்
இன்னுமதன் தேடலில்.*
o

விரும்பாது போனாலும்
நிர்ணயித்தவற்றின் மீதான
நம் பயணம்
தொடரக் கூடியது
எப்போதும்
எல்லாமும்
நினைவில் நிற்பதில்லை
நேர்த்திக்கடன்
நிறைவேற்றிய பிறகும்
நீங்காதிருக்கும்
மறைவிடத்து
அம்மைத் தழும்பென
சிலவைகள் மட்டும் விதிவிலக்கு.
o

காலத்தே
நடை பழகாத
தனது மகளின்
பலவீனக் கால்களைக்
கடற்கரை மணற்குழியில் புகுத்தி நிற்கச் செய்து
தைரியமூட்டும்
தாயின் நெஞ்சுரம்
பாறாங்கல்லைவிட
இறுகலானது
போலவே
நினைத்த மாத்திரம்
பொலபொலவென
உதிரக்கூடியதாகவும்.
○

ஆகக் கடவது சில உண்டு
கழிக்க வேண்டியதும்தான்
வீறிட்டு அழுது பிறந்தது
கதறவிட்டு தொலைந்து போதலுக்கு
சிலது மகிழ
சிலது வருந்த
கிடைத்தது நமக்கு
கைவராதது யாருக்கானதோ
சிக்குகள் பிரிய
வெடுக்கென்று இழுத்தல்
முறைமையன்று
நிற்காமல் ஓடும் காலத்தின் பின்னே
எதையோ விரட்டுதல் போலல்ல வாழ்வென்பது
நொடி ருசித்தல் அவ்வளவே.
o

விற்பனைக்கு வந்த
புதிய வீடொன்றிற்கு
வலுக்கட்டாயமாக
அழைத்துச் சென்றான்
நண்பன்
அறை அறையாக நுழைகிறேன்
ஆசைத் தீ வளர்கிறது
ஈரம் காயாத சுவரின் மீது
கன்னம் ஒற்றி
யாக்கை முழுவதும்
வழிய விடுகிறேன்
அதன் சில்லிப்பை
தானாகத் தன்னை
உயிர்ப்பித்த
நெடுங்காலக் கனவு
தாளமுடியாமல் துள்ளியெழ
அடுத்தடுத்துக்
கணக்குப் போடுகிறது மனம்
கையிருப்பு மற்றும்
வாங்க வேண்டிய கடனென
ச்சீ... ச்சீ...
இந்தப் பழம் புளிக்கிறது
வேறொரு மரம்
வேறொரு நாள்
அழைத்துச் செல் நண்பா...
o

இனியொருபோதும்
முகத்தில் முழியேனென
முறித்துக்கொண்ட உறவுகள்
அதிசயமோ ஆச்சரியமோ அல்ல

அன்பு ஊடாடிய
கொஞ்ச காலங்களில்
அடங்கிக் கிடந்த சுயநலங்களை
இல்லையென்று தப்பிதமாக நினைத்தது தப்பு

சூடேறிய சொற்களில்
கொப்பளித்துக்கொண்ட
மனக்காயங்களுக்குக்
களிம்பென்பது
காலம்தானெனத் தெரிந்தாலும்
காத்துக்கிடக்க மறுக்கின்றோம்

பின்னொரு
உறுதிசெய்யப்படாத நாளில்
அறுந்த உறவின்
மௌன வேண்டலாக
உங்கள் உள்ளங்கை
இருக்குமாயின்
மறுப்பீர்களாயென்ன…?
o

கோபத்தின்
உரத்த குரல்
ஒவ்வாமைக்குரியது

நடக்கயியலாதவன்
கண்ணெதிரே
எட்டி உதைத்து
உருண்டோடச் செய்த
வெண்கலப்பானையின் நீட்சியொலி

தப்பிக்க ஒளிந்த
அடுக்கு மாடியின்
இடை ஊடுருவிச் சீறும்
எதிரி நாட்டுப் போர்விமானத்தின்
மனிதாபிமானமற்ற கூப்பாடு

அறிகுறியின்றிக்
காது கிழிய
எங்கோ விழும்
இடியின் பேரதிர்வதில்
பற்றிக்கொள்ளும்
நெஞ்சுப் படபடப்பு

சாகசத்திற்கென
வளைந்து நெளிந்து
வாகனமோட்டுபவனின்
கணநேரத் தடுமாற்றத்தின்
அபாய விளைவு

ஆசையாக
முத்தத்திற்கு நெருங்குபவனிடம்
வீட்டுக் கடன் பட்டியலை
ஆத்திரமாக ஒப்புவிக்கும்
மனைவியின் வசை மொழி
O

யாராவது பைத்தியமென்று
பெயர் வைத்திருப்பார்களா?
அப்படித்தான் அழைக்கப்படுகிறான் அவன்

தன்னுள் தோன்றும்
சொற்கள் யாவையும்
காற்றோடு விளாவிக் கரைப்பதுவாக
அபிநயிக்கும் கைகள்

அடக்கி வைத்த
அதீதங்களின் வெடிப்பு
தீவிரத் திணிப்பின் தாளாமை
சூறையாடப்பட்ட சுயமென
எக்கச்சக்கங்களின் வளைய மத்தியில்
மாட்டிக்கொண்ட எளியவன் அவன்

சிரித்திடவும்
அழுதிடவும்
காரணத்திற்குக் காத்திருப்பதில்லை
ராஜயோகம்
எப்படி மனப் பிறழ்வன் என்றாகும்
o

ஒன்றுக்குப் பதில்
மற்றொன்று
தவிர்க்க முடியாதது
ஒன்றைப் போல்
மற்றொன்று
ஆகவேண்டியதும்
அவசியமற்றது
ஒன்று
அந்த மற்றொன்று
எதில் நான்
என்னோடு இருக்கிறேன்
என்பதுதான்
யோசிக்க வேண்டியதாயிருக்கிறது
எல்லாம்
ஒன்றுதானென்று
கண்மூடித்தனமாக
ஏற்றுக்கொள்வதற்கு
எப்போதும்
ஒன்றுபோல் இருப்பதில்லையே நான்.
O

ஆயிரத்தெட்டு நூலாம்படைகளை
ஒதுக்கித் தள்ளியும்
நேற்றைய சாம்பலள்ளி
வீசியெறிவதுமாக
மலைத்துப் போயிருக்கும் மனம்

எத்தனை இதமாக இருக்கிறது...

இமைகளை மூடிக்கொண்டு
மென்மையாக
இதழ்களால் தட்டச்சுவது

"விழியிலே மணி விழியில் மௌன மொழி பேசும் அன்னம்..."
O

வெடிக்கும் நிலை ஓடுடையதாய்
இந்த மனம்

இருப்புக்கும் இறப்புக்குமாக
ஊடாடும் உணர்வுகளைச்
சுமந்தலைதல் கனம்

தவறிப்போன மெய்மைகள்
தடுமாற்றம் கண்ட கால்கள்
துடித்தலில் இசைவு தொலைத்த
இதயத்தோடு
சொற்களைக் காவு வாங்கி
நிறைந்திருக்கிறது மௌனம்

சில நேரங்களில்
சில இடங்களில்
வேண்டுமென்றே நிரப்படுகிறது முட்கள்
உண்டாக்கப்படுகிறது கிடங்குகள்

ஆம்...
நான் கொஞ்சம்
என் கண்களைத் திறந்தபடி
நடந்திருக்கலாம்
o

மூக்கைப் பொத்தித்
தொடருகிறேன்
முன் செல்கிறது
குப்பை வண்டி
முந்திப் போய்
திரும்பிப் பார்க்கையில்
‘அட..!
மூக்கு இருக்கிறது
ஒட்டுனருக்கும்.
○

சாணையேற்றிக் கூராக்கிய
பார்வைகள்
நம்பகமின்மையைத் தூக்கிச் சுமக்கும் சாத்தான்கள்

ஒற்றைக் குருணைக்குப்
பெரு வட்டக் கிளறலையுண்டாக்கி
நிலத்தைப் புண்ணாக்கும்
நாட்டுக் கோழியின் அவசரம்

வேலி முட்சொற்களை
வழியெங்கும் வீசி
துடித்தலின் துயர் இரசிக்கும்
அரக்க சுபாவம்

முன்பொரு சமயத்தில்
கைக்குழந்தையாய்க் கிடந்த
பேரன்புதான்
ஒத்து வராமைக்குள்
தத்தளித்துத் திணறுவதும்.
O

சமோசாவின்
எஞ்சியிருக்கும்
எண்ணெயினை
ஒத்தியெடுத்த
காகிதத்தில்
அச்சடிக்கப்பட்டிருந்தது
தெரிந்த கவிஞரின்
புகழ்மிக்க வரிகள்
கசக்கிச் சுருட்டி
இருக்கையின் அடியில்
உருட்டி விட்டவர்
கடைசிவரை தெரிந்திருக்கவில்லை
அந்தக் கவிதையின் வாசனையை

மொய்த்த எறும்புகள்தான்
கூடிக் கூடிப் பேசிக்கொண்டிருக்கின்றன
o

ஈரச் செம்மண்ணில்
நகரும்
வெல்வெட் பூச்சியின்
முதுகு தொட்டு
உன் உள்ளங்கைத் தீண்டலை
மீள் கொணர்கிறேன்

உயர வளர்ந்த
கிளைகளிலிருந்து
தொங்கும் விழுதுகளின்
கூரிய கண் பார்வை
வேர்களை நோக்கி மட்டுமே

நவம்பர் மழைக்குத்
ததும்பும் குளத்தில்
உச்சந் தலையைத்
தொலைத்து
மூச்சுத் திணறும்
வேலி மரத்தின் முட்கள் கீறி
நீருக்கு வலிக்கிறதோ என்னவோ?

நீ
தொட்டுரசி நிற்கவேண்டுமென்பதைத்
தொட்டது யாவுமே
கிளர்த்திவிடுகிறது
புரிகிறதா உனக்கது..?
o

முன்னமே தெரியப்படுத்திருக்கலாம்...
அதட்டி உட்காரவைத்த
குழந்தைகளாக
இழுத்து வந்து
ஒழுங்குபடுத்தப்பட்டன
கலைந்து கிடந்த
வரவேற்பறை
நாற்காலிகள்

பலகோணக் கிழிசல்களோடு
நைந்து போன திரைச்சீலையின் மேல்
அவசரமாகப் போர்த்தப்பட்டது
சிவப்பு நிறக்
குற்றாலத் துண்டு

எட்டித்தள்ள மனமில்லை
தூக்கச் சொல்லி அடம்பிடிக்கும்
மழலையென
நிலைக்கதவின் கீழ்
கரப்பான் பூச்சி

ஞாயிறு விடுமுறையைக்
குளியலுக்கும் உண்டுயெனச் சேர்த்துக்கொண்டதை
இரத்து செய்யவேண்டியதாகிவிட்டது

திடீரென்று வருகையை உறுதி செய்கிறவர்கள்
திடுதிடுக்க வைத்திருக்கத் தேவையில்லை
இப்படி.
௦

பிளந்திருக்கும்
பாறாங்கல்லினை
ஊசி நூலெடுத்துத்
தையலிடுவது போலத்தான்
விரிசலுக்குப் பின்
போராடும்
சமாதானச் சொற்கள்.
o

எதுவுமே எனதல்ல
நீரில் முக்கியெடுத்த கை
உதறியபின்னும்
உலர்வதற்கு
இன்னும் கொஞ்சம் நேரம்
பொறுத்திருக்கிறேன்
அவ்வளவே
o

வா என்று வரவேற்காவிடினும் பரவாயில்லை
போகிறேன் எனும்போது
திரும்பிப் பார்த்திருக்கலாம்

மனம் கடுகடுக்க
முகத்தை நிலத்துக்குக் காட்டி
நீங்கள் நின்றுகொண்டிருந்ததைத்தான்
எடுத்துச் சென்றேன்
என்னோடு

இப்போது பாருங்கள்...

கனமானதும்
உதவாததுமாக இருக்கும் அதனைப்
பரண் மேல் ஏற்றிவிட்டுப்
பல்லாங்குழி ஆடத்தொடங்கிவிட்டேன்.
o

எனது ஆடைகள்
உனக்குப் பொருத்தமாக
இருக்கின்றன

அதிர்ஷ்டவசமாக
ஒரே பெயர்தான்
இருவருக்கும்

நடையிலும்
மொழியிலுங்கூடக்
கண்டறிய முடியாது
வேறுபாடுகளை

இருவரின் கடவுள்களும்
பேசுவதில்லை
ஒரே வானம்
உனக்கும் எனக்கும்
தெரிந்த
நீலநிறத்தில்

பொழுது புலராத நிலையில்
விழிப்புத் தட்டியதில்
தொக்கியிருக்கும்
என் கனவின் மிச்சத்தை
முடித்துத் தா

அதற்கு முன்னால்...

உன் பசிக்கு
உணவெடுத்துக் கொள்ளவா நான்?
O

ஒரு கல்நெஞ்சத்தைக்
நெகிழத் தருகிறது கருணை
வறண்டு வெடித்து
வாய் பிளந்திருக்கும்
நிலத்தின் தாகம்
மழை அருந்தியதற்குப் பின் இல்லை
o

அவர்கள் வாடகைக்கு
எடுக்கப்பட்டிருந்த
வாசல் வரவேற்பாளர்கள்

உணர்வற்ற புன்னகையை
நேர்த்தியாக உதிர்க்கத் தெரிந்த
உயிருள்ள சிலைகள்
ஒட்டவேயில்லை மனதில்

முலாம் பூசிய முகத்தில்
ஒளித்து வைத்த
கவலை ரேகைகளைச்
கண்டுபிடித்தல் சாத்தியமற்றது

ஒப்புக்குத் தெளித்த
பன்னீர்த் துளிகளில்
கடைமைக்காக இருந்தது
மணந்த வாசம்

வெள்ளித் தட்டில்
குங்குமமும் சந்தனமும்
தொட்டுக் கொள்ளக்
கூறிய மொழியில் செயற்கையின் கூடு

மொய்யெழுதித்
திரும்பி வருகையில்
நின்று களைத்து
நீட்டினர் தாம்பூலத்தை
பதிலுக்கு நன்றியுரைத்து
விசாரித்து வந்தேன்
சாப்ட்டீங்களா?
○

ஒரு வாளித் தண்ணீரை ஊற்றிவிட்டு
அருகில் உட்கார்ந்து
இஷ்டமாகப் பேசுவாள்
எல்லாவற்றிற்கும்
ஆம்' அல்லது இல்லை' யாகத்
தலையாட்டும் அன்றலர்ந்த பூக்கள்
மணத்தைக் கசியவிட்டு
இரகசியத்தைப் பத்திரமாக்கும்
அந்தச் செடி
அவளுக்கென வாய்த்த நல்ல தோழி
o

இன்னும்
பூர்த்தியடையாத ஆச்சரியங்கள்
இன்னும்
புரிந்துகொள்ளவியலாத
மனிதர்கள்
இன்னும்
வாசிக்க வேண்டிய கதைகள்
ஒதுங்கவேண்டிய இடையூறுகள்
செல்லவேண்டிய தூரங்களென
எதுவும் முற்றுப் பெறாதிருக்கிறது
ஆசைகள்
ஒரு குழந்தையைப்போல்
இடுப்பில் அமர
அடம் பிடிக்கிறது
பொத்தினாற் போல் தள்ளிவிடுகிறேன்
மறுபடியும் புசுக்கென்று
மண்டை சொறிந்து
முன் நிற்கிறது
எப்போதும்
எதையாவது குறித்தோடும்
சிந்தனைகள்
இறுதியில்
உப்புக்குச் சப்பாய்
கடந்துவிடுகிறது காலம்
எவரும்
எதிலும் நிறைவு கொள்ளாத வண்ணம்
அத்தனை நிரம்பி உள்ள
இந்த வாழ்வு
மூச்சோடு பிணைக்கப்பட்ட முடிச்சு.
o

யாரோயிருவர்
அடிதடியில்
புரளுகின்றனர்
கிழிகிறது சட்டை
காது நுழையக் கூசும் வார்த்தைகளைப்
பெருஞ்சத்ததில்
ஏலம் போடுகிறான்
நாசுக்கை நசுக்கியவன்
தயாராக இரு!
சீக்கிரம் வந்துவிடுவேனென்று
முத்தச் சத்தியமிட்டுப்
பணிக்குக் கிளம்பியவன்
எதிர் வாகனம் மோதிச்
சக்கரத்திற்கு அடியில்
போதையிலொருவன்
சாக்கடையில் உருளுகிறான்
மறைப்பதை விட்டுவிட்டு
அங்கிருந்த மரத்தின் ஓரம்
சுருண்டுகிடக்கிறவன் ஆடைகள்
மாராப்புத் தொட்டிலுக்குள்
மலங்க மலங்க
விழித்துக்கொண்டிருக்கும்
மழலை
யாசித்தலின் சூட்சுமம்
கற்றுக்கொண்டிருக்கிறது
தன் அம்மாவிடமிருந்து
அண்ணே!
அரைக் கிலோ தக்காளி
கால் கிலோ கத்தரிக்காய்
வெங்காயம் ஒன்னு
எவ்வளவு ஆச்சு?
நானும் அங்கு.
○

கவனக் குறைபாட்டில்
சட்டைப்பையிலிருந்த சாவியைத்
தவறவிட்டவன்
பரிதவித்துத் தேடுவதைப் போலத்தான்
ஆத்திரத்தில் உதிர்த்த ஒற்றைச் சொல்லுக்குச்
கோபித்துப் பிரிந்த
அன்பிற்காக ஏங்கிக் கிடப்பது.
o

நீரோட்டப் பாதை வரை
விரல்தொட்டு நகர்த்தி
கை விட்டதும்
சிறிது தூரத்திற்குப்பின்
கவிழப் பார்க்கும்
காகிதக் கப்பலைத்
தாவியெடுத்து அணைத்துக்கொள்கிறான்
சிறுவன்
மிதிவண்டியோட்டப்
பழக்கிவிடும்
தந்தையின் குணாம்சம் அதனில்.
O

துரும்பென அகப்பட்ட
ஒரு நினைவு
தன் வளையங்களைப்
பெரிதாக்கிக்கொண்டே செல்ல
அத்தனையிலும்
அமர்ந்து பார்க்கப்
பிரியம் கொள்ளும் மனதினை
நகர்த்தி நகர்த்தி
வீடு சேர்த்தலுக்குள்
தவித்துத் தாகமெடுத்திருந்தவளை
மீட்டிவிடத்தான்
கட்டை விரல் கடித்து
கவனம் ஈர்த்திருக்கும் அந்தச் சிற்றெறும்பு.
o

பராமரித்தலின்றிப்
பயன்படுத்துவது
நியாயமில்லைதான்
நான்கு மூலைகள்
மட்டுமல்ல
நாதாங்கி போடும் இடத்தில்கூட
விட்டுவைக்கவில்லை
நூலாம்படைகள்
வெளியேற்ற மாட்டேனெனத் தெரிந்தே
விருப்பத்திற்கு
வலை பின்னி ஆள்கின்றன
சிலந்திப் பூச்சிகள்
இருளில் இருந்தபோது
இடுக்கின் வழி நுழையும்
ஒளியினோடு
பறந்து வரும் தூசுகளைப்
பார்க்கத் தவறியது
மேம்போக்கேறிய நுணுக்கம்
நானென்னை
இத்தனை புழுதிக்குள்
புழங்கவிட்டு
அடையாளம் மாறியிருக்கக்கூடாது
தேள் கொட்டித்தான்
தேட வைத்திருக்கிறது வாசலை
என்னிலிருந்த என்னை
துடைத்துப் போட்டு
புதுவொரு நானாதல்
சுலபம் இனி
o

பெய்து ஓய்ந்து
வீதியோடும் மழைநீர்
மார்பில் ஏற்றி
மறைவாகச் சென்று
கரையொதுக்குமென அறிந்தும்
கப்பலாகிக் கொண்டேயிருந்தன
அவன் கைக்காகிதங்கள்.
௦

சுடு தேநீரின்
ஆவியினை
வேண்டுமென்றே
ஊதிப்பெருக்கி
அணிந்திருக்கும்
மூக்குக்கண்ணாடியினை
மங்கச் செய்து
மீளும் அழகை
இரசித்தல்
எனக்கொரு விளையாட்டு
அழவைத்துத் தேற்றும்
உனதன்புச் சீண்டலைப் போல
o

கல் இடறி
கால் முறிந்தவனுக்குக்
கோபம்
கவனத்தைக் குறித்தல்ல
பாதையின் மீது.
o

கைக்குடம் நிறைவதற்கெனக்
குடிநீர்க் குழாயின் முன்
சருவப்பானையேற்றிய
இடுப்பு வளையக்
காத்திருப்பவளின்
அவசரமும் பொறுமையும்
அப்படியே பொருந்துகிறது
தருணம் பார்த்துத்
தாவக்கிடக்கும்
முத்தங்களோடு
நெடுக்கும் குறுக்குமாக
கண்முன் பாதரவுற்றவனின்
பரிதவிப்பு.
o

நிசப்தங்களை
மெலிதாகக் கீறி
தாளத்தைப் போலொலிக்கிறது
அந்தக் காலடி ஓசை
திரும்பிப் பாராமல்
சில சித்திரங்களைப்
பொருத்திக்கொண்டிருக்கையில்
கடந்துவிட்டது தூரம்
தேய்தலுக்குப் பின்னான
இன்மையிலும்
மீள்ராகம் மீட்டி
உழத்தும் மனம்
எப்போதும் அப்படித்தான்
o

சுமார்
இத்தனை கோப்பைகள்
மோந்து வெளியேற்றினால்
சீர் வட்டமாகிவிடும் கடல்
ஆளுக்கொரு கை கொடுங்கள்

எவன் பங்குக்கோ
ஆயிரம் திருட்டெழுதியதுபோக
இவ்வளவுதான்
நட்சத்திரங்கள்
130789299979
சந்தேகமிருப்பின்
எண்ணிக்கொள்ளலாம்

மாய ரூபமான
கானல் நீர் பாய்ச்சித்தான்
கழனியில் நெல்
அமோக விளைச்சல்

கொல்லன் பட்டறைக்குக்
கொணர்ந்து கொடுத்தால்
வளைசல் நீக்கப்படும்
வானவில்லுக்கு

அவன்
மேதைமையின் மொழிக்குப்
புளுகுப் பூச்சிட்டு
கடை விரிப்பவன்
வசிய வார்த்தைகள்
சொந்தப் பயன்பாட்டிற்காம்
○

நீயெனது
இருள் அகற்றிய
பெருஞ்சுடர்
நுனி முறுக்கி
ஏற்றிய தீபத்தின்
மைய ஒளியில்
நிமிர்ந்து நிற்கும்
அறிவுனது
கமழ்ந்து நிறையும்
கருணையும்தான்
இமைக்கரை மீறிய
நன்றியின் ஓர்துளி
வணங்கக் குவித்த கரங்களின்
நடுவிரல் உச்சியில்
மினுங்கத் தருகிறேன்
கொள்.
o

இன்னும்
பிறக்காத குழந்தைக்குத்
தொட்டிலினைக் கட்டி
ஆடவிடுகின்றாள்
கோயில் மரத்தில்
அந்நேரத்தில்
உதிர்ந்த மலருக்கு
அது ஊஞ்சல்
அவளுக்கது
நம்பிக்கை முன்மொழிந்த வரம்
○

இந்தா!
விரல் பிடித்துக்கொள்..
கூடவே இருக்கிறேன்
நீ செய்யவேண்டியதெல்லாம் ஒன்றே ஒன்றுதான்
நான் நட என்பேன் நடக்கவேண்டும்
நான் ஓடு என்பேன்
நீ உன் கால்களுக்குக்குதிரையின்வேகத்தைப்
புகுத்தியிருக்கவேண்டும்

பயம் வேண்டாம்.
அப்போதும் என் பிடி உன் இடுப்பிலேனும் இருக்கும்
உன் புகழாரம்
அத்தனையிலும்
என் பெயர் கொண்டே
மணமாக்கப்படவேண்டும்
மொத்தத்தில்
உன் சுயமென்பது
என் களவுக்குட்பட்டது
நினைவு கொள்.
o

தொழுவத்தில்
அகத்திக் குழை கட்டும்
சாயலில்
தொங்கிக்கொண்டிருக்கிறது
அறுத்த ஆடு
எடை போட
நறுக்கியெடுத்த மாமிசத்தின்
பச்சை வாசனையோடு
குலை நடுங்க
ஒடுங்கிக் கேட்கிறது
மேய்த்தவனின்
"ட்ர்ர்ர்..ட்ர்ர்ர்..க்கெச்..க்கெச்" குரல்
o

ஒரு
நட்சத்திரத்தைப் போல்
விழுந்திருக்கிறது
அந்த மரத்தின் நிழல்
நீருக்குப் பிறந்த மேகங்கள்
தன் அடர்வு கூட்டலை
காற்றிலிருந்து கறந்து
ஊட்டமேற்றுவது
கண்கூடாகிறது
தூரமாக இருக்கும்
வானத்தைத்
துல்லியமாகத் தொட்டுக்கொண்டிருக்கும்
கடலின்
கரை நண்டுகள்
தவழ்ந்த தடத்தில்
கொடுக்குகள் இல்லை
வேடிக்கைக்கு
வினையொப்ப ஆகவேண்டியதில்லை
மனதொத்தலில்தான் மகிமை
o

ஐந்து ரூபாய்
கற்பூர வில்லையை
அத்தனை சாமிகளுக்கும்
புட்டு வைத்து
வேண்டுதலை
மந்திரமாக ஒலித்து
மும்முறை பிரகாரம் சுற்றி
முந்தானை நுனி
கையில் பிடித்தபடி
தரையோடு தலையொற்றும்
அம்மாவை
அவசரப்படுத்தி எழுப்பும்
அப்பாவின் குரலில் அதட்டலாகும்
"போதும் ...போதும்..
செவனேனு இருக்கவிடு சாமியையாவது.."
o

கிடங்கு மேடுகளெல்லாம்
ஒரு துணியைப்போலப் பரசித்
தட்டை பிம்பத் தன் நிழலை
இழுத்துக்கொண்டு
தெருவில் ஓடுகிறது ஒரு நாய்

விரட்டிக்கொண்டு செல்பவனின்
நிழலும் அப்படியே

பிடிபடாதிருக்கும் வரை
அவை வெவ்வேறு

தப்பித்தாலும் விட்டுப் பிரிவதில்லை
அவரவர் நிழல்
அவரவரை விட்டு

வெளிச்சம்
நிழலுக்கும் பொது
o

அதெப்படி ...
அன்போடிருந்த அத்தனை நிமிடங்களையும்
அடித்து நொறுக்கிவிடுகிறது
புரிதல் பிறழ்வு.
○

புன்னகையின்
பளிங்குத் தன்மையில்
பாசி படரவிட்டுக்
களையிழக்கச் செய்திருக்கிறாய்
சீரணிக்கப் பிரியமின்றி
தலை கவிழ்ந்தோ
முகம் திருப்பியோ
நேர் பார்வை
எழாதபடி சிரமமுணர்கிறேன்
வெற்று வேடிக்கைக்கு முற்றம் வந்து அமர்ந்திருக்கும்
பறவைகளுக்கு முன் சிதறவிடும்
இரை அரிசிகளெனப்
பகிர்தலுக்குக் கொணர்ந்த
என் சொற்கள்
○

தன்மீது இளைப்பாற
வந்தமர்ந்த பறவையொன்றினைத்
தாலாட்டிக் கொடுக்கிறது
கரையொதுங்கித்
தனித்திருக்கும்
வெற்றுப்படகு.
○

அதிகாரக் குஷனில்
அமர்ந்திருப்பவனின்
ஆணவக் குரல்
அடிமை ஏவலை மட்டுமே
அறிந்திருக்கிறது

வறியவனின் குருதி உறிஞ்சி
நிரப்பப்பட்ட அவன்
பேராசை மூட்டைக்குள்
புழு புழுவாய் நெளியக் கிடக்கிறது
அருவருப்பு

சட்டத்தின் ஓட்டைகளில்
பணக் கோந்தால் அடைத்து
சண்டித்தனங்களை
சர்வ சாதாரணமாக்கி
வீதி நடக்கிறது
கொழுத்த முதலைகள்

தன்னுடைமையாக்கலில்
சுரண்ட நீளும் கரங்களுக்குக்
கண்ணியத்தைத் கற்றுத் தந்தானில்லை
புண்ணியத்தைக்கூட
குறுக்கு வழி புகுந்து
கும்பிட்டுப் பெற்றுவிடுகிறான்

அந்தோ!
பரிதாபமென குடிசை வீட்டுக் குழந்தைகளின் நிர்வாணம்...
தங்கத்தில் முகக்கவசமென்பது
முதலாளித்துவ முரட்டு மிரட்டல்
எச்சில் விழுங்கி
கிள்ளும்பசியை அடக்கத் துணிபவன் முன்தான்
குப்பைத் தொட்டி
நிறைந்து வழிகிறது
மீந்த ரொட்டித்துண்டுகளால்

வானம் பொது
பூமி பொது
வாழ்வும் பொதுவே
மேடுபள்ள உரிமைகளை
நிர்வகிக்கிறது மேட்டிமைக் குடி
○

தன் நிழல்
தனித்தறியாத படி
வேரூன்றிய மரத்தின் கீழேயே
எப்போதும் நிற்றல்
ஆகுமாயென்ன
O

*கரை நின்றிருப்பவனின்
தலைகீழ் பிம்பம்
நீரினுள்*

*மொய்க்கும் மீன்களுக்கு
ஏமாற்றம்
இரை*

*அந்த நதி
தன்மீது பழுத்த
பல இலைகளையும்
தன்னடியில்
கூழாங்கற்களையும்
கூட்டிச் செல்கிறது
கடலுக்கு
o*

வேண்டுமென்றே
ஊடலைப் புகுத்தி
அறியத் துடிக்கிறாய்
காதலின் ஆழத்தை
தொலைவு கடக்கவியலாத
காகிதக் கப்பலைக்
கையிலேந்தத் துடிக்கும்
ஆவலை
பொறுமையால்
தள்ளிப் போடுகிறேன்
அறையெங்கும்
உன்னொலி
ஒரு குழந்தையைப்போல்
கொஞ்சிக்கொண்டிருக்கிறது
அன்றுந்தன்
தழுவலின் போது
அணிந்திருந்த சட்டையின்
முதுகுப்புறத்தில்தானெனது
முத்தங்கள்
குஞ்சுபொரிக்கின்றன நித்தம்
பசிக்கிறது போ...
தொடர் விரதங்கள்
உயிர் வதைக்கும்
o

வாலைப் பிடித்துக்கொண்டு
பற..! பற..! என்கிறார்கள்
திசைகளையும் திணித்து.
◯

வீசியெறி தூர...
வாய்விட்டுச் சிரிக்கிறாய்
ஆனாலும் பாரேன்
கண்ணோரத்தில்
கரையாமல் கிடக்கிறது
செதுக்குச் சில்லளவு சோகம்
o

முழுவதுமாக வெளியேற்றாத நிலையில்
தக்கை மூடியிட்ட கண்ணாடிக் குடுவைக்குள்
மூச்சுத் திணறும் காற்றென
நிறைவடையாத உரையாடலின் மிச்சம்

ஏதோவொரு சொல்லுக்கு
வாயெடுத்த நிலையில்
செதுக்கப்பட்டிருக்கும் சிலையினிடம்
காதுகொடுத்துக்கொண்டிருக்கின்றான்
ஓர் அப்பாவி
o

எல்லாம் முடிந்துவிட்டதாக
எல்லாம் கடந்துவிட்டதாக
எல்லாம் தொலைந்துவிட்டதாக நொந்து
வெறுமனே வேடிக்கை பார்க்கத் தயாராகையில்
எதையெதையோ கலைத்துப்போட்டு
அடுக்க நிர்பந்திக்கும்
இந்த வாழ்வுக்குத்தான் எத்தனை அக்கறை நம்மீது.
o

ஏன் முடிவதில்லை
விலகுதலுக்கு
முன்னொரு கைகுலுக்கல்
திளைத்த உறவின்
திகட்டல் ருசி
சிறிதுமின்றி
வழித்தெடுத்துத்
தொலைய வேண்டுமா?
பின்னெங்கேனும்
எதிர்வர நேர்ந்தால்
நேர்கொள்ளச் சிரமமுணர்ந்து
பின்வாங்கி ஒளிதல்
வலி வதைப்பு
விரோதியாதல்
வினையாக்கத்தின் பிழை
அவசரம் அறியாது
அதன் வேர்.
o

நீயேன்
இத்தனை துயருற்றிருக்கிறாய்?
கடந்த காலம்
நினைவாக வந்து
நிரம்பியிருக்கிறது இப்போது
அதுசரி
எல்லா நிகழ்காலத்திலும்
கடந்ததுக்கு மட்டுமே
உனது முக்கியத்துவம்
ஆமாதானே?
நிகழ்வை
எதிர்கொள்ளத் திராணியற்றிருக்கையில்
கடந்ததன்
கைப்பிடித்துக்கொள்கிறேன்
ஆக
நிஜங்களை விடுத்து
கனவுகள்தான்
விளையாடக் கிடைத்த
சொப்பு உனக்கு இல்லையா?
இருக்கலாம்
கிள்ளி அழவைக்கும்
இப்போதைவிட
காயம் வடுவாகயிருத்தலைப்
பார்த்துக்கொண்டிருப்பதில்
வலியிருக்காதில்லையா?
ம்ம்...
o

ஒரு புறம்
மேற்தோல் உரசிய புளியமுத்துக்களைச்
சோழியாகக் குலுக்கி
உன் முன் வீசுகிறேன்.

ஐந்து முயற்சிக்குப்பின் விழுகிறது தாயம்
அடுத்தடுத்துத்தான் இருக்கிறது வேடிக்கை

ஏணி ஏற்றிவிடுகிறது
பாம்பு சறுக்கிவிடுகிறது
சிரிப்பும் வருத்தமுமாக
நூறு கட்டங்களுக்குள்ளேயே
சுற்றிக் கொண்டிருக்கின்றன
உனதும் எனதுமான கண்கள்

இன்னும் இரண்டு விழுந்தால்
வெற்றி உறுதியாகும் சமயத்தில்
அவசர வேலையென்று
கழன்று செல்கிறாய் விளையாட்டிலிருந்து

அடுத்தவனின் அறைவெளிச்சத்தைக்
காணச் சகிக்காது
உன் வீட்டுக் கதவை
இப்படியா இழுத்து மூடுவது

நிலை பிறழுமட்டும்
புளியமுத்துக்களைக் குலுக்கி வீசுகிறேன்
எதிரில் நீயில்லை

ஆனாலுமென்ன
வென்றது நான்
விழுந்தது இரண்டு

அவ்வளவுதான் ஆட்டம்
O

துருவேறிய
பூட்டினில்
தழுத்திருக்கும்
முவ்விலைத் தளிர்
காயமுறாமல் திறத்தல் சிரமம்

சுற்று வளாகத்துக் குப்பைகளைப்
புரட்டிப் புரட்டி விளையாண்டு பழகிய
காற்று
இம்மதியத்து வெயிலிலும்
ஓயவில்லை

வெகுநாளாக விரல்தொடுகையற்ற
அழைப்பு மணிப் பொத்தானைச் சுற்றிலுமான
நூலாம்படை வரிகள்
கண்டுகொள்ளப்படாமையின்
அத்தாட்சி

வேண்டுமென்றே
தாழிட மறந்ததுபோல்
ஒருக்களிப்போடு விட்டுச் சென்றிருக்கிறார்கள்
வீதிப்புறத்துச் சன்னலை

யார் யாரோ பேசுவதைக் கேட்டு
யார் யாரோ நடந்து போவதை
வேடிக்கை பார்த்து
ஆள்வாசனை பழகிய
அந்த வீடு
யாருமற்றபோதும்
தனியதாய் இல்லை.
o

மண் ஊடுருவிப் பிடிமானத்தைக்
காத்துக்கொண்டிருக்கிறது வேர்

எதிரெதிர் திசைகளில்
பிரிந்து வளரும்
ஒரு மரத்தின் கிளைகள்
ஆச்சரியமல்ல

நினைவுகளின்
அழிச்சாட்டியத்திற்குப் பயந்து
ஒத்திப்போடப்பட்ட ஒரு பிரிவு
சொற்களின் வால் தறித்து
மௌனத்தைப் பழகிக்கொள்வதுமுண்டு.
o

ஊதிப் பறக்கவிட்ட பலூனின்
உள்ளிருக்கும் மூச்சு
உனது

கைப்பிடி இதயம்
கட்டுக்கடங்காமல் துடிக்க
வசைபாடிக் கொண்டிருக்கிறேன்
வேலி மரத்தை

காற்றே காதலாயிரு...
o

மிகப் பெரிய யானையின்
தந்த நுனிக்கும் வால்பகுதிக்கும்
இடைப்பட்ட தூரமிருக்கும்
எதிரெதிராக நடப்பட்டிருக்கும்
இரு கம்புகளுக்கான இடைவெளி

கவனத்தை ஒன்றுகூட்டும் இசை தொடர
அவள் நடக்கத் தயாராகிறாள்.

நெளியாமல்
முதுகு அசையாமல்
தன் மீது ஊரும் எறும்பினை
அனுமதித்து நிற்கும் யானையின் முதுகாகித்
தாங்கிக்கொண்டிருக்கிறது
கயிறு.
o

தனித்தமர்ந்து வாசிக்கையில்
கண்களில் கிச்சுக் கிச்சு மூட்டுவதாக
ஒரு வரி

சிரித்து வெளியேறிய கண்ணீரோடு
அடுத்தடுத்து நகருகையில்
தொண்டை அடைக்கும்படியாக
ஒரு சொல்

எல்லாம் சரியாகிவிடுமென
எளிதாக அணைத்துக்கொள்ள முடிகிறது
ஒரு புத்தகத்தை
o

உங்கள் கைகளைப்
பற்றிக் கொள்ளவில்லையென்றால்
உங்கள் பாதங்களுக்குச்
சிவப்புக் கம்பளம் விரிக்கவில்லையென்றால்
உங்களின் ஒவ்வொரு சொல்லுக்கும்
தூபமிட்டு ஆராதிக்கவில்லையென்றால்

கூடுதலாகக் கொஞ்சம் தாமதமாகும்
அவ்வளவுதானே

நானே நடந்துகொள்கிறேன்
o

நீருக்கும் நிலத்துக்குமாகத்
தாவிக்கொண்டிருக்கும்
தவளையின் பாடலுக்கு
விளங்கவில்லை பொருள்

தலையாட்டும் மரங்களிடம்
என்ன சொல்லியிருக்கும்
இந்தக் காற்று

ஒரு பாதை
அழைத்துச் செல்கிறது என்னை
o

ஓரிடம் நில்லா
தழல்போல்
அசையுமுந்தன் விழிகளின்
முன் வந்து நின்றிருக்கக்கூடாது

இப்போது பார்...

அகற்ற முடியாத மலையென
நகரமுடியவில்லை
o

புறத்தில் காற்றாடிக்கொண்டிருக்கும் மரங்கள்
அகத்தின் ஆழத்தில்
விரட்டும்
தன் வேர்களை
நீர் நோக்கி
O

நினைக்கும் போதெல்லாம்
வாசலிலிருந்து பார்த்துக்கொள்ள இயலும்
வானத்தைப் போல்
கண் முன் தெரி
o

சில்லறைகளும்
ரூபாய் நோட்டுகளும்
உட்புறத்தில்
பாதுகாப்பாக

மனப்பாடமாகத் தெரியும்
இருந்தாலும்
உள்ளங்கை அடக்கத்திற்கொரு
சஷ்டிகவசம்
உறுதுணை

டோலோ வில்லை
அமிர்தாஞ்சன் தைலம்
சிங்கார் ஸ்டிக்கர் பொட்டு
நாலைந்து பூ குத்தும்
ஹேர்ப்பின்கள்
அவசரத்துக்கு உதவும்

புறப்பேச்சுக்குச்
செவி மடுக்காத மனம்
பயணத்தின் போது
இசை கேட்கும்
தலையணி (ஹெட்போன்) அவசியம்

ஒவ்வொன்றாய் எடுத்துப்போட்டு
காது பிடித்து இழுத்து
கைப்பையின்
வாய் மூடச் செய்கிறாள்
பார்வதி அக்கா
மறுபடி திறந்து
மாதவிடாய்
அட்டைக் கட்டொன்றினை
உள் திணிக்கிறாள்
உதிரப்போக்கு விடுதலை கண்டு
நான்கு வருடங்களைக் கடந்தும்

முன்னேற்பாடு
மறந்து போன ஓர்நாளில்
அலுவலக இருக்கையின் மீது
கறையொழுகிக்
கலங்கி நின்றதன் வலி
காலச்சுமை அவளுக்கு

தனக்குத் தேவையில்லாதவொன்றை
யாருக்கேனும் ஆகுமென்ற
நம்பிக்கையின் அநிச்சையது.
o

ஒன்னு செய்...

தூசு படிந்துள்ள
உன் கண்ணாடியைத்
தூக்கியெறி
அல்லது
துடைத்துப் போடு
இல்லையெனில்
காண்பனவற்றின் மீதெல்லாம்
அழுக்கென்று
புகாரளிப்பதையாவது
விட்டொழி.
o

*மணக்கிறது நடுப்பக்கம்
எந்தமரமென்று தெரியவில்லை
இந்தக் காகிதம்.*
o

குனிந்து பணிந்து
கூன் பெறுதலைவிட
எதிர்த்து நிமிரலில்
நொறுங்கட்டுமே எலும்பு!
o

நல்லவேளை...
குரல் ஈந்து
பற்றிக்கொள்ளத் தந்தாய்

கன்னத்தைக் கிள்ளி
தரையில் பாதத்தைத் தேடி
நிஜமென்று நம்பிய நொடியில்
திணறியது நனவு

முடியாத கனவின்
அடிபிறழாத தொடர்ச்சியென
உன்னுடனான சந்திப்பு இன்று
o

கிளையிடுக்கின் வழி
வனம் நிறையச்
சிதறிக் கிடக்கின்றன
ஒளித்துண்டுகள்

நீயெந்தன் வானம்
நிலத்தின்கண்
தளிர் நான்
o

பேருக்குத்தான் இருக்கிறது என்னிடம்
மற்றபடி
சொந்தங்கொண்டாட
அதற்கென்று
ஆயிரத்தெட்டு ராஜாங்கங்கள்
மனம் ஒரு மல்லுக்கட்டி
௦

எந்த ஊரையும்
பிரித்து வைப்பதில்லை
வழி சொல்லும் பாதை...!
o

செதுக்கச் சொல்லி
எவர்முன்னும்
கல்லாக நிற்பதைவிட
உளித்தேடலே
உத்தமம்
o

விதிக்கப்பட்டதன் வழி
விரைந்தோடுகிறது
அவரவர் நதி
o

தினம் அமர்ந்தெழுந்த பழக்கத்திற்கு
முறிந்தது தெரியாமல்
கிளையைத் தேடிக்கொண்டிருக்கிறது
அந்தப் பறவை
o

விலங்காகயிருத்தல்

அதிகமாக நன்றி சொல்லிப் பழகிவிட்டேன்
பூ வாங்கினாலும்
புரூ தூள் வாங்கினாலும்
குரைக்கும் நாய் கடிக்காதுயென்கிறார்கள்
நானும் அப்படித்தான்
கோபத்தில்
நான்கு வார்த்தைகளைக் கத்துவதோடு சரி
பூரிக் கட்டையோ
தோசைப் பிரட்டியையோ
கையிலெடுப்பதில்லை

கிளைவிட்டுக் கிளைதாவும்
குரங்குகளைப் போல
ஓரிடத்தில் அடங்காமலிருக்கும்
மனம்தான் எனக்கும்
நேற்றைக்கு நாளைக்குயெனப்
பரிதாபப்பட்டு அலைகிறது

விழித்ததும் கண்ணில்படும் விதத்தில்
தோதாக மாட்டியிருக்கிறேன்
எனது புகைப்படத்தை
நரிக்குப் பதில் நான்தான் சரி

யார் யாரோ இறக்கிவைத்த பாரங்களைச் சுமந்து
கூன் கொண்ட முதுகோடு
நடந்து போகையிலா காட்டவேண்டும் கற்பூரத்தை
வாசனையே தெரியவில்லையே

தொண்ணூறு நாள்களுக்குத் தாங்கும்படியாகத்
தண்ணீர் குடிக்கமுடியவில்லை
ஆனால்
தொண்ணூறு வருடத்துக்
கனவு இருக்கிறது
ஒட்டகத்தைக் கட்டிக்கொண்டு
கெட்டியாகப் பிடித்திருப்பதுபோல்
மிகப் பத்திரமாக

கடிவாளம் கட்டிவிட்டதுபோல்
கடிகார நேரத்தோடு
பந்தயம் செய்கிறேன்
கால் குழம்பு வலிக்க வலிக்கத்
தடுமாறினாலும்
பாதைமீது மிகக் கவனமாக

மடி சுரக்கிறது
பால்குடி மறக்காத குழந்தை பால்வாடியில்
யாராவது அந்தப் பூனைக்குட்டிகளை
தூரமாகக் கொண்டுபோய்விடுங்களேன்
○

வாழ்வொன்றும் அத்தனை இரக்கமற்றதல்ல....
நூலறுந்த பட்டம்
திசை தொலைத்து அல்லாடும்
அந்த கணத்தில்
எங்கேனும் ஓர் சுவர்
ஏதேனுமொரு மரக்கிளை
இந்த பூமியில் கிடைக்காமலா போகும்.
o